சிறுதானிய சமையல்

பகுதி 2

இந்திரா நாராயண்

ISBN 979-8-89026-873-0

பொருளடக்கம்

முன்னுரை

"வரகரிசிச் சோறும்
வழுதுணங்காயும்
மொற மொறவென
புளித்த தயிரும் தா"

என விருந்துக்கு வேண்டி அழைத்த மன்னனிடம், தனக்கான தேர்வைக் கேட்டவள் அவ்வை மூதாட்டி.

மெல்ல மெல்ல அங்கிருந்து நாம் நகர்ந்து, ஒவ்வொரு பேரரசும் உயர்த்திப்பிடித்த உணவுப்பழக்கங்கள் நம் இலையில் ஒட்டிக்கொள்ள ஒட்டிக்கொள்ள, இன்றைக்கு நம் இலையில் பரிமாறப்படும் பெரும்பாலான விருந்திலும் ஏலமும் இனிப்பும் இருக்கின்றதோ இல்லையா அவசியமற்ற இரசாயனத் துணுக்குகளுடன் கூடிய குப்பை உணவுகள் அரசியலும் அறமற்ற வணிகமும் ஒளிந்த பகட்டு அலங்காரங்கள் அதிகம் பரிமாறப்படுகின்றன.

விளைவு? சர்க்கரையும் இரத்தக்கொதிப்பும் மாரடைப்பும் தலைவிரித்தாடும் சமூகத்தில் நாமும் நம் இளைய தலைமுறையும் மருந்துகளால் போர்த்திக்கொண்டு வாழ்வைக் கடத்துகின்றோம், வாழ்த்துரை மகிழ்ந்து சிலாகிக்காமல்! பெருந்தொற்றுக் காலத்துக்குப் பிந்தைய காலத்தில், இச்சிக்கல் இன்னும் விரிவடைந்துள்ளது. உடலுக்குள் புகுந்துள்ள இந்த புதிய ஆன்ட்டிபாடிகள் இன்னும் எப்படியான சவால்களை நெடுநாளைக்கு கொடுக்குமோ என்கிற அச்சத்துடன் அறிவியல் உலகமும் பரபரத்துக்கொண்டு இயங்குகின்றது.

ஒருபக்கம் புதிய பெருந்தொற்றுக்கள், மற்றொரு பக்கம் தொற்றா வாழ்வியல் நோய்கள், இன்னொரு பக்கம் பல எதிர் நுண்ணுயிரி மருந்துகள் பயனற்றுப் போகும் நிலை, இவற்றிற்கிடையே அறமற்ற வணிகப்பிடிக்குள் மருந்துச்சந்தையும் உணவுச்சந்தையும் முழுசாய் சிக்கி இருக்க விளிம்பு நிலை மனிதனின் அன்றாட நலச்சவாலுக்கு விடையின்றி உடலும் மனமும் வெதும்பி நிற்கும் கோரம் பெருகிக் கொண்டே இருக்கின்றது.

இச்சூழலில் இருந்து நம்மை விடுவித்துக் கொள்ள, நம் கைப்பிடியில் உள்ள துவக்கப்புள்ளி நல்லுணவுதான். நல்லுணவு என்ற சொல்லே தவறானதுதான். உணவு என்றாலே அது நன்மையைத்தவிர வேறேதும் செய்யாததாகவே இருக்க வேண்டும். இதில் நல்லுணவு என பிரித்துப்பேச வேண்டிய அளவில் தவறான உணவுகள் ஏராளமாய் புழக்கத்தில் வந்ததே காரணம்.

இந்த காலச்சூழலில் திருமதி இந்திரா நாராயண் அவர்களின் இந்த புத்தகம் மிகச்சிறப்பான வடிவமைப்புடன் பல சுவையான உணவுகளை, தின்பண்டங்களைப் பரிமாறியுள்ளது. பொதுவாய் புது நூல்களை வாங்கியவுடன் முகர்ந்து பார்த்து மகிழும் பழக்கம் குழந்தைப்பருவத்தில் இருந்து பலருக்கும் இருக்கும். அப்படி ஒருவேளை இந்த நூலை முகர்ந்தாலே நறுமணத்துடன் நல்லுணவும் கூட பரிமாறப்படலாம். அப்படியான வடிவமைப்பும் ஆகச்சிறப்பான புகைப்படங்களும் இந்நூலின் சிறப்பைச் சொல்லும் முதல் சாட்சியாக அமைந்துள்ளது.

80 வகையான சுவையான ரெசிபிக்களைக் கொண்ட இந்த புத்தகத்தில் பரிமாறப்பட்ட அத்தனை உணவும் பசிக்கானதும் ருசிக்கானதும் மட்டுமல்ல. கொஞ்சம் உங்கள் உடல் நலத்திற்குமானது. பீட்ரூட் சூப்பில் உங்கள் நா மட்டும் நிச்சயம் சிவப்பாகாது. கூடவே எலும்பு மஞ்சைக்குள் சிகப்பு ரத்தம் கொஞ்சம் கூடுதலாய் ஊறும். தமிழ்ப்படங்கள் "பான் இந்தியா"திரைப்படங்களாய் வடிவம் பெற்றது போல், வடை - அடை என்கிற வரிசையில் "பாம்பே சட்னி மகராஷ்டிரா அம்ரிதி" என இந்திய உணவுகளின் சிறப்புக்களும் சேர்ந்து கொடுத்திருப்பது படித்து முடிக்கையில் ஒரு "தமிழ் - மகராஷ்டிர காதல் திருமண" வீட்டு விருந்துக்கு போய் வந்த குதூகலம் நாவில் ஒட்டியுள்ள உணர்வு. பிரதானமாய் சிறுதானியங்களை வைத்து இவ்வளவு சுவையான உணவுகளைச் சொல்லியுள்ள இந்திரா அம்மாவை பாராட்டியே ஆக வேண்டும். 'சிறுதானியம்' என்றால் அவ்வளவு சுவையாய் இராதோ? என்கிற சின்னஞ்சிறுசுகளின் மனோபாவத்தை இந்நூலின் ஒற்றை உணவுப்பரிமாறலில் உடைத்துவிட முடியும்!

அன்றைக்கு மாங்குடி கிழாரும் அவ்வையும் சிறுதானியங்களை இலக்கியங்களில் பரிமாறாமல் போயிருந்தால், நம் தமிழ்ச்சமூகத்தின் ஒரு பெரும் நலச்சொத்தை நாம் தொலைத்திருக்கக்கூடும்.

"கருங்கால் வரகே
இருங்கதிர்த்தினையே
சிறுகொடிக்கொள்ளே
பொறிகிளர் அவரையொடு
இந்நான்கல்லது உணாவும் இல்லை"

என்று மாங்குடிக் கிழாரினால் (புற நானூறு 335) உயர்த்திக் கூறப்படும் வரகு, தினை போன்ற தவசங்களை மானாவாரி நிலத்தில் இருந்து மாடுலார் கிச்சனுக்குள் கொண்டு வந்துள்ள இந்த நூல் சமகாலத்து தேடலில் ஒரு முக்கிய நூலாய் அமையும்.

நலம் பரிமாறும் இந்நூல் உங்கள் சமையலறையில் அஞ்சறைப்பட்டிக்கு அடுத்ததாக இருக்கவேண்டிய ஒன்று!

வாழ்த்துக்களுடன்
கு.சிவராமன்

நன்றியுரை

அனைவருக்கும் அன்பான வணக்கம்.

எனது தாய் மொழியான தமிழில் இந்த சிறுதானிய சமையல் புத்தகத்தை வெளியிடுவதில் மிக்க மகிழ்ச்சியடைகிறேன். எனது நெடுநாளைய விருப்பமும் இன்று நிறைவேறியது.

முன்பு கஞ்சி, கூழ் சாதம் கொழுக்கட்டை புட்டு என்று சிறுதானியங்களை நம் முன்னோர்கள் பயன்படுத்தி ஆரோக்கியமாக வாழ்ந்து வந்தார்கள்.

இடையில் சிறுதானியங்களின் பயன்பாடு குறைந்து விட்டது.

சிறுதானியங்களை சிறுவர் முதல் பெரியவர்கள் வரை அனைவரும் உணவாக உட்கொள்ள வேண்டும், ஆரோக்கியமாக வாழ வேண்டும். என்ற நோக்கத்தில்,

செய்வதற்கு சுலபமாகவும், சுவையாகவும் இருக்கும்படி சமையல் முறைகளை செய்து பார்த்து எழுதியிருக்கிறேன்.

இந்த புத்தகம் எழுத காரணமாக இருந்த அனைவருக்கும் என் சிரம் தாழ்த்தி நன்றியை தெரிவித்துக் கொள்கிறேன்.

குறிப்பாக

எனக்கு என்றென்றும் பக்கபலமாக, எனக்கு உறுதுணையாக இருக்கும் என் குடும்பத்தினருக்கு என் அன்பான நன்றியை தெரிவித்துக் கொள்கிறேன்.

இந்த புத்தகத்தை எழுத எனக்கு தூண்டுகோலாக இருந்து என்னை ஊக்குவித்த குமுதம் சிநேகிதி பத்திரிக்கை ஆசிரியராக இருந்த திருமதி. லோகநாயகி அவர்களுக்கு என் பாசம் மிக்க நன்றியை தெரிவித்துக் கொள்கிறேன்.

சென்னை ஹோட்டல் சவேரா சமையல் கலை நிபுணர்களுக்கு சிறுதானிய உணவுகளை கற்றுக் கொடுக்க என்னை அழைத்து பல புதிய உணவு முறைகளை நான் செய்வதற்கு என்னை உற்சாகப்படுத்திய ஹோட்டல் சவேரா நிறுவனத்திற்கு எனது நட்பான நன்றியை தெரிவித்துக் கொள்கிறேன்.

சிறுதானிய உணவுகளை நான் செய்துபார்ப்பதற்காக சிறுதானியங்கள் தந்து உதவிய சென்னை Native Food Store நிறுவனத்திற்கு எனது பெருமைமிகு நன்றியை தெரிவித்துக் கொள்கிறேன்.

MM Nutri foods நிறுவனத்திற்கு நெஞ்சார்ந்த நன்றி

சிறுதானியத்தையும் அறிமுகப்படுத்தும் E I D PARRY'S நிறுவனத்திற்கும் நன்றி

என் வேண்டுகோளுக்கு இணங்க இந்த சிறுதானிய சமையல் குறிப்புகளை படித்து இதற்கு முன்னுரை எழுதித்தந்த பிரபல சித்த மருத்துவர் டாக்டர் திரு.கு.சிவராமன் சென்னை அவர்களுக்கு என் மதிப்பு மிக்க வணக்கத்தையும், கோடானு கோடி நன்றியையும் தெரிவித்துக் கொள்கிறேன்.

ஆங்கிலத்தில் நான் எழுதிய இந்த புத்தகத்தை, தமிழில் மொழிபெயர்த்து இந்த புத்தகம் வெளியிடுவதற்கு துணையாக இருந்த திருமதி.ராணி சுப்பிரமணியன் (சிவகாசி)

அவர்களுக்கும், அவர்களது மகள் மதுமதிசங்கர் (ஜப்பான்) அவர்களுக்கும் எனது சிறப்பான நன்றியை தெரிவித்துக் கொள்கிறேன்.

இந்த புத்தகத்தை அனைவரும் படித்து ,சமைத்து, சுவைத்து, ஆரோக்கியமாக வாழ வேண்டும். என்று வாழ்த்தி நன்றி கூறுகிறேன்.

"சிறுதானியம் தருமே பெரிய ஆரோக்கியம்"

மிக்க நன்றி🙏💐🌷

நட்புடன்

இந்திரா நாராயண்

காலை உணவு

சிறுதானிய பாலக் பனீர் குழிபணியாரம்.

இது எந்த நேரமும் சாப்பிட மிகச்சிறந்த உணவு

சிறுதானியத்தில் இருந்து மாவுசத்தும், பனீரில் இருந்து புரதச்சத்தும், பாலக்கீரையில் இருந்து நார் சத்தும் கிடைக்கிறது.

இது மிகச்சிறந்த சத்துள்ள உணவு.

தேவையான பொருட்கள்:

சிறுதானிய தோசை மாவு அல்லது சாதரன தோசை மாவு - 2 கப்

பாலக்கீரை- 1 கப் வேகவைத்தது

பனீர் - 1கப்

உப்பு

தாளிப்பதற்கு:

எண்ணெய்

கடுகு

மிளகாய்

செய்முறை:

மிக்சியில் வேகவைத்த கீரை, சிறிது உப்பு, பச்சை மிளகாய் சேர்த்து அரைத்துக் கொள்ளவும். தண்ணீர் சேர்க்க தேவை இல்லை.

இதனை இட்லி மாவுடன் சேர்த்து கலக்கவும்.

பனீர் சேர்க்கவும்.

தாளித்த பொருட்களை சேர்க்கவும்.

நன்றாக கலந்து கொள்ளவும்.

குழிபணியார சட்டியை சுடவைத்து அதில் எண்ணெய் தடவி ஒவ்வொரு குழியிலும் மாவை ஊற்றி மூடி வேகவைக்கவும்.

திருப்பி போட்டு இரண்டுபக்கமும் வேகவைக்கவும்.

வெளியே மொறுமொறுப்பாகவும் உள்ளே மெதுவாகவும் இருக்கும்.

பிடித்தமான சட்னியுடன் சாப்பிடவும்.

குறிப்பு: அரைக்கும் போது வெங்காயம், பூண்டு சேர்த்து அரைக்கலாம்.

பனீருக்கு பதில் துருவிய சீஸ் உபயோகப்படுத்தலாம்.

விரத தேசை

சாமை, ஜவ்வரிசி தோசை

தேவையான பொருட்கள்:

சாமை அரிசி - 11/2 கப்

ஜவ்வரிசி - 1/2 கப்

உப்பு

நெய்

செய்முறை:

சாமை அரிசியையும் ஜவ்வரிசியையும் தனித்தனியாக 5 மணிநேரம் ஊறவைக்கவும்.

இரண்டையும் சேர்த்து அரைத்துக்

கொள்ளவும்.

உப்பு, தண்ணீர் ஊற்றி தோசை பதத்திற்கு கரைத்துக் கொள்ளவும்.

உடனே தோசை சுடலாம். புளிக்க வைக்க தேவை இல்லை.

நெய் ஊற்றி சுட்டால் சுவையாக இருக்கும்.

குறிப்பு: அரைக்கும் போது 1/2 கப் தயிர் ஊற்றி அரைக்கலாம்.

கேழ்வரகு சில்லா

சக்தி கொடுக்கும் காலை உணவு

தேவையான பொருட்கள்:

கேழ்வரகு மாவு - 3/4 கப்

கடலைமாவு - 3/4 கப்

பச்சை மிளகாய் - தேவையான அளவு

இஞ்சி-1 அங்குல துண்டு

ஓமம் - 1/2 டீ ஸ்பூன்

தயிர் - 1 டேபிள் ஸ்பூன்

உப்பு

தண்ணீர்

செய்முறை:

ஒரு பாத்திரத்தில் மாவுகளை எடுத்துக் கொள்ளவும்.

அதனுடன் மற்ற பொருட்களை சேர்த்து தண்ணீர் ஊற்றி ரவை தோசை மாவு போல் கரைத்துக் கொள்ளவும்.

தோசை சட்டியை சுடவைத்து ரவை தோசை போல் ஊற்றவும்.

சுற்றிலும் எண்ணெய் ஊற்றி இரண்டு பக்கமும் வெந்த பிறகு எடுக்கவும்.

சட்னி, சாம்பாருடன் சாப்பிட சுவை அதிகரிக்கும்.

சிறுதானிய ரவை அவல் தோசை

தேவையான பொருட்கள்:

சிறுதானிய ரவை - 1 கப் (எந்த சிறு தானிய ரவையும் நன்றாக இருக்கும்)

சிறுதானிய அவல் - 1 கப் (எந்த அவலும் நன்றாக இருக்கும்)

மோர் - 3/4 கப்

உப்பு

எண்ணெய்

செய்முறை:

மோரில் ரவை மற்றும் அவலை 30 நிமிடம் ஊற வைக்கவும்.

விழுதாக அரைத்துக் கொள்ளவும்.

உப்பு சேர்க்கவும்.

1 நாள் இரவு புளிக்க விடவும்.

புளித்த பிறகு தோசை ஊற்றவும்.

நான் வெங்காயம், பூண்டு சேர்க்காத உருளைக்கிழங்கு கறியுடன் பரிமாறினேன்.

குறிப்பு:

புளிக்க வைக்கவில்லை என்றால் ஒரு சிட்டிகை சோடா உப்பு சேர்த்து கலந்து 30 நிமிடங்கள் மூடி வைக்கவும்.

பிறகு தோசை ஊற்றவும்.

கேழ்வரகு உப்புமா

தேவையான பொருட்கள்

கேழ்வரகு மாவு - 1 கப்

ரவை - 1 கப்

முந்திரி - 10 (நெய்யில் வறுத்தது)

உப்பு

தண்ணீர் - 4 கப்

நெய்

எலுமிச்சை சாறு - 1 டேபிள் ஸ்பூன்

தாளிப்பதற்கு:

கடுகு

உளுந்தம்பருப்பு

கடலை பருப்பு

வெங்காயம்-1 பொடியாக நறுக்கியது

கறிவேப்பிலை

பச்சைமிளகாய்

அலங்கரிப்பதற்கு

கொத்தமல்லி இலை பொடியாக நறுக்கியது

செய்முறை:

தாளிக்கும் பாத்திரத்தில் நெய் ஊற்றி முந்திரியை வறுத்து தனியே வைக்கவும்.

அதே பாத்திரத்தில் தாளிக்கும் பொருட்களை ஒன்றன் பின் ஒன்றாக சேர்த்து, வெங்காயம் கண்ணாடி போல் ஆன பிறகு ரவை சேர்க்கவும்.நன்றாக வறுக்கவும்.

பின் கேழ்வரகு மாவை சேர்த்து குறைந்த தீயில் வறுக்கவும்.

கேழ்வரகு மாவில் பச்சை வாசனை போனதும், சூடான தண்ணீர் சேர்க்கவும்.சிறிதளவு நெய், எலுமிச்சை சாறு |உப்பு சேர்த்து, கலந்து மூடி குறைந்த தீயில் வேகவைக்கவும்.

இடையிடையே கலந்துவிடவும்.

வெந்தவுடன், வறுத்த முந்திரி பருப்பு, கொத்தமல்லி இலை தூவவும்.

பிடித்தமான சட்னியுடன் சாப்பிடவும்.

கம்பு, வெந்தயக்கீரை ஊத்தப்பம்

மிகவும் சத்துமிக்கது. சுலபமாக செய்யக்கூடியது.

தேவையான பொருட்கள்:

கம்பு மாவு - 1 கப்

வெந்தயக்கீரை- 1/2 கப் (நறுக்கியது)

தயிர் - 3 டேபிள்ஸ்பூன்

மஞ்சள் பொடி - 1 சிட்டிகை

மல்லிபொடி - 1/4 டீஸ்பூன்

மிளகாய் தூள் - தேவையான அளவு

சீரகம் - 1/4 டீஸ் பூன்

பெருங்காயம் - 1 சிட்டிகை

இஞ்சி பச்சைமிளகாய் விழுது

உப்பு

தண்ணீர் தேவையான அளவு

எள் - சிறிதளவு

எண்ணெய்

செய்முறை:

எல்லா பொருட்களையும் ஒன்றாக சேர்த்து கலக்கவும்.

தண்ணீர் ஊற்றி தோசை மாவு பதத்திற்கு கரைக்கவும்.

தோசை கல்லை சுடவைத்து, சிறிது எண்ணெய் ஊற்றி எள்ளை தூவவும். ஒரு கரண்டி கரைத்த மாவை அதன் மேல் ஊற்றவும்.

சுற்றி எண்ணெய் ஊற்றவும்.

இரண்டு பக்கமும் வெந்த பிறகு எடுக்கவும்.

பிடித்தமான சட்னியுடன் சாப்பிடவும்.

குறிப்பு:

வெந்தயக்கீரைக்கு பதில் பாலக்கீரை சேர்க்கலாம்.

ஊறுகாய், தயிருடன் சாப்பிட சுவையாக இருக்கும்.

சர்க்கரை வள்ளிகிழங்கு பான் கேக்

மெதுவான ஆரோக்கியமான பான் கேக்

தேவையான பொருட்கள்:

சர்க்கரைவள்ளிகிழங்கு - 1/2 கப் (வேகவைத்து, தோலுரித்து மசித்தது)

வாழைப்பழம் - 1 மசித்தது

சிறுதானிய மாவு - 1/2 கப்

ஓட்ஸ் மாவு - 1/2 கப்

பால் - 1 கப்

பேகிங் பவுடர் - 1 டீ ஸ்பூன்

பட்டை பொடி - 1 டீ ஸ்பூன் (தேவைப்பட்டால்)

உப்பு - ஒரு சிட்டிகை

செய்முறை:

ஒரு பெரிய பாத்திரத்தில் மசித்த சர்க்கரைவள்ளிகிழங்கு, மசித்த வாழைப்பழம் சேர்த்து கலந்து கொள்ளவும்.

பிறகு சிறுதானிய மாவு, பேகிங் பவுடர் பட்டை பொடி சேர்த்து நன்கு கலந்து, பால் சேர்த்து கலந்துகொள்ளவும். தோசை மாவு பதத்தில் கரைத்துக்கொள்ளவும்.

மிகவும் தண்ணீராக இருக்கக்கூடாது.

நான் ஸ்டிக் பான்னை சுடவைத்து, வெண்ணெய் தடவி, இரண்டு கரண்டி மாவை ஊற்றி தானாக பரவ விடவும்.

மூடி வேகவைக்கவும். இரண்டுபக்கமும் வேகவிடவும்.

மேலே வெல்லப்பாகு, வறுத்த பருப்புகள், தூவி பரிமாறவும்.

குறிப்பு:

கடலைமாவு 1/2 கப், ஓட்ஸ்மாவு 1/2 கப் சேர்த்தும் செய்யலாம்.

கம்பு ரொட்டி

உடன் ஒரு டம்ளர் மோர்

கம்பு மிக அதிக சத்துக்களை உடையது. மிகவும் சுவையான தானியம்.

சுலபமாக ஜீரணிக்க கூடியது.

நார் சத்து, தாதுஉப்புக்கள் வைட்டமின்கள்

அதிகம் உள்ளது.

தேவையான பொருட்கள்:

கம்புமாவு - 1 கப்

துருவிய தேங்காய்-2டீஸ்பூன்

பச்சைமிளகாய் - தேவையான அளவு (பொடியாக நறுக்கி கொள்ளவும்) புதினா, கொத்தமல்லி - பொடியாக நறுக்கவும்.

உப்பு

எண்ணெய்

செய்முறை:

எண்ணெய்யை தவிர மற்ற எல்லா பொருள்களையும் ஒன்றாக சேர்த்து வெதுவெதுப்பான தண்ணீர் ஊற்றி சப்பாத்தி மாவு போல் பிசைந்து கொள்ளவும்.

மேலே லேசாக எண்ணெய் தடவவும்.

10 நிமிடம் மூடி வைக்கவும்.

பிறகு அதிலிருந்து ஒரு உருண்டை மாவு எடுத்து அதை வாழை இலைமேல் வைத்து விரல்களால் தட்டி விரித்துக் கொள்ளவும்.

சூடான தோசை கல்லின் மேல் மாவு இருக்கும் பக்கம் தோசைக்கல்லின் மேல் படும்படி வாழை இலையோடு வைக்கவும்.

லேசாக வெந்த உடன் வாழை இலையை எடுத்துவிடவும்.

கற்றி எண்ணெய் ஊற்றவும்.

இரண்டு பக்கமும் திருப்பி போட்டு,

மொறுப்பாக ஆனவுடன் எடுக்கவும்.

எல்லாமாவையும் இதே போல் செய்யவும்.

ஊறுகாய், சட்னியுடன் சுவைத்து சாப்பிடவும்.

குறிப்பு:

வேறு எந்த வகை காய்கறிகளுடனும் சாப்பிடலாம்.

ரொட்டியின் மேலே வெள்ளை எள்ளை தூவவும்.

சிறுதானிய உப்பல் அடை

வறுத்த தின்பண்டம்.

மிகவும் பாரம்பரியமான உணவு.

எனக்கு மிகவும் பிடித்தமானது.

பல நாட்கள் நான் டீயுடன் இதை சாப்பிடுவேன்.

இப்போது சிறுதானியத்தில் இதை முயற்சி செய்திருக்கிறேன்.

ராகேஷ் மற்றும் அவருடைய அம்மாவிற்கும் நன்றி.

தேவையான பொருட்கள்:

சிறுதானியம் - 1 கப்

உளுந்தம்பருப்பு-1டீஸ்பூன்

துவரம்பருப்பு - 1/4 கப்

கடலைபருப்பு - 1/4 கப்

மிளகாய்

பெருங்காயம்

உப்பு

எண்ணெய் பொரிப்பதற்கு

செய்முறை:

சிறுதானியத்தையும் பருப்புகளையும் 3 மணிநேரம் ஊறவைக்கவும்.

பெருங்காயத்துடன் சிறிது தண்ணீர் ஊற்றி வைக்கவும்.

அரிசியையும், பருப்புகளையும் மிளகாய் உப்பு, பெருங்காயத் தண்ணீருடன் கொர கொரப்பாக அரைத்துக் கொள்ளவும்.

கடாயில் எண்ணெய் ஊற்றி சூடானதும், அரைத்த மாவில் இருந்து ஒரு உருண்டை எடுத்து உள்ளங்கையில் வைத்து தட்டி எண்ணெய்யில் ஒவ்வொன்றாக மெதுவாக போடவும்.

இரண்டு பக்கமும் மொறு மொறுப்பாக வெந்து பொன்னிறமானதும் எடுத்துவிடவும்.

பரிமாறவும்.

குறிப்பு:

நான் சாமை அரிசி உபயோகித்து செய்திருக்கிறேன்.

சாமை அரிசி பொங்கல் உடன் கத்தரிக்காய் கொத்சு, வடை, சட்னி

பொங்கல் செய்ய தேவையானவை:

சாமை அரிசி - 1/2 கப்

பாசிப்பருப்பு - 2 டேபிள் ஸ்பூன்

இஞ்சி - சிறியதுண்டு (நறுக்கியது)

முந்திரி - 6 (நெய்யில் வறுத்தது)

கறிவேப்பிலை

உப்பு

நெய் - 4 டேபிள்ஸ்பூன்

தண்ணீர் - 3 கப்

செய்முறை:

சிறுதானியத்தை 5 மணிநேரம் ஊறவைக்கவும்.

தண்ணீரை வடிகட்டவும்.

குக்கரை சூடவைத்து நெய் ஊற்றவும். முந்திரியை வறுத்து தனியே வைக்கவும்.

பிறகு, இஞ்சி கறிவேப்பிலை, பொடித்த மிளகு சீரகம் பாசிப்பருப்பு சேர்த்து ஒரு நிமிடம் வதக்கவும்.

பிறகு சிறுதானியத்தை சேர்க்கவும்.நன்றாக கலந்துவிடவும்.

தண்ணீர், உப்பு சேர்க்கவும்.

தண்ணீர் கொதித்தவுடன் குக்கரை மூடி விசில் வைக்கவும்.

4 விசில் வரும் வரை வேகவைக்கவும்.

சத்தம் அடங்கியதும் குக்கரை திறந்து வறுத்த முந்திரி, நெய் சேர்த்து நன்கு கலந்துவிடவும். சட்னி & சம்பாருடன் சூடாக சாப்பிட சுவையாக இருக்கும்.

கத்தரிக்காய் கொத்சு

செய்முறை:

பெரிய கத்தரிக்காய் - 1 (தணலில் சுட்டு, தோல் உரித்து மசித்துக்கொள்ளவும்
புளி - ஒரு சிறிய நெல்லிக்காய் அளவு(தண்ணீரில் கரைத்து வடிகட்டவும்)
மஞ்சள்பொடி
உப்பு

வறுத்து பொடிக்க:

1 டேபிள் ஸ்பூன் தனியா
தேவையான மிளகாய்வற்றல்
1/2 டீ ஸ்பூன் மிளகு
1 டீ ஸ்பூன் உளுத்தம்பருப்பு
1 டீ ஸ்பூன் கடலைபருப்பு
1/4 டீ ஸ்பூன் பெருங்காயம்
கறிவேப்பிலை - சிறிதளவு
வெந்தயம் - 1/4 டீ ஸ்பூன்

தாளிப்பதற்கு:

கடுகு
உளுத்தம்பருப்பு
எள்
கறிவேப்பிலை

செய்முறை:

அடிகனமான பாத்திரத்தில் எண்ணெய் ஊற்றி காய்ந்ததும் தாளிக்க கொடுத்த பொருட்களை தாளிக்கவும்.
புளிகரைசலை சேர்த்து பச்சை வாசனை போகும் வரை கொதிக்க விடவும்.
மஞ்சள்பொடி மசித்த கத்தரிக்காய் சேர்த்து வதக்கவும்.
வறுத்து பொடித்த மசாலா, உப்பு சேர்க்கவும்.
சிறிது நேரம் வேகவிடவும்.
பொங்கலுடன் சாப்பிட கொத்சு தயார்......

கொள்ளு பொங்கல்

மார்கழி மாதம் தினமும் ஒவ்வொரு கோவிலிலும் பொங்கல் பிரசாதமாக வழங்கப்படும். நான் இந்த பொங்கலை முயற்சி செய்தேன்.

தேவையான பொருட்கள்:

வரகரிசி - 1/2 கப்

கொள்ளு - 1/4 கப்

இஞ்சி - 1 டேபிள் ஸ்பூன் (பொடியாக நறுக்கியது)

மிளகு - 1 டீ ஸ்பூன்

சீரகம் - 1 டீ ஸ்பூன்

பெருங்காயம் சிறிதளவு

கறிவேப்பிலை

வறுத்த முந்திரி - 1 டேபிள் ஸ்பூன்

நெய் - 3 டேபிள் ஸ்பூன்

தண்ணீர் - 2 கப்

பால் - 1/4 கப்

உப்பு

செய்முறை:

வரகரிசியை சுத்தம் செய்து 5 மணிநேரம் ஊறவைக்கவும்.

மிளகு, சீரகத்தை லேசாக பொடித்துக் கொள்ளவும்.

குக்கரில் நெய் ஊற்றி முந்திரியை வறுத்து தனியே வைக்கவும்.

அதே நெய்யில் உடைத்த சீரகம், மிளகு, கறிவேப்பிலை, இஞ்சி, பெருங்காயம் சேர்த்து நன்கு வதக்கவும்.

பிறகு அதில் ஊறவைத்து வடிகட்டிய, சிறுதானியம், கொள்ளு சேர்த்து நெய்யில் வறுத்து கொள்ளவும்.

உப்பு சேர்க்கவும்.

பால் மற்றும் தண்ணீர் ஊற்றவும்.

குக்கரை மூடி 6 விசில் வரும் வரை வேக வைக்கவும்.

இறக்கி ஆறிய பிறகு திறந்து வறுத்த முந்திரி சேர்க்கவும்.

சுட சுட இந்த மார்கழி மாதம் பொங்கலை ரசித்து சாப்பிடவும்.

குறிப்பு:

நான் தண்ணீரும் பாலும் உபயோகித்து செய்திருக்கிறேன். நீங்கள் தண்ணீர் மட்டும் ஊற்றி செய்யலாம்.

நான் வரகரிசி உபயோகித்திருக்கிறேன். நீங்கள் எந்த சிறுதானியமும் உபயோகப் படுத்தலாம்.

கொள்ளை முளைகட்டியும் உபயோகப் படுத்தலாம்.

பப்பாளிகாய் சிறுதானிய ரொட்டி

இது ஒரு முழுமையான காலை உணவு.
சுலபமாக செய்யலாம்.

தேவையான பொருட்கள்:

துருவிய பப்பாளி - 3 கப்
துருவிய காரட் - 1/2 கப்
வரகரிசி மாவு - 4 டேபிள் ஸ்பூன்
இஞ்சி - துருவியது சிறிதளவு
பச்சைமிளகாய் - பொடிதாக நறுக்கியது
கறிவேப்பிலை
கொத்தமல்லி தழை பொடியாக நறுக்கியது
சீரகம் - 1 டீ ஸ்பூன்
உப்பு
தண்ணீர் - தேவையான அளவு
எண்ணெய் - சுடுவதற்கு

செய்முறை:

எண்ணெய் தவிர எல்லாவற்றையும் ஒன்றாக சேர்த்து தண்ணீர் சிறிது சிறிதாக ஊற்றி மாவு பிசைந்து கொள்ளவும்.

அதிலிருந்து ஒரு உருண்டை அளவு மாவு எடுத்து வாழை இலை மேல் வைத்து விரல்களால் விரித்துவிடவும்.

(வாழை இலைக்கு பதில் பர்ச்மெண்ட் பேப்பர் உபயோகிக்கலாம்)

இதனை அப்படியே எடுத்து சூடான தோசைக்கல் மேல் மாவு கீழே இருக்கும்படி திருப்பி போடவும்.

குறைந்த தணலில் இருக்கட்டும்.

லேசாக வெந்த பிறகு வாழை இலையை எடுத்து விடவும்.

லேசாக எண்ணெய் ஊற்றவும்.

மொறுமொறுப்பாக ஆகும் வரை சூட்டு எடுக்கவும்.

இதே போல் எல்லா மாவையும் சூட்டு எடுக்கவும்.

சட்னி அல்லது ஊறுகாயுடன் ரசித்து சாப்பிடவும்.

குறிப்பு:

வரகரிசி மாவிற்கு பதில் அரிசிமாவு அல்லது வேறு சிறுதானிய மாவு சேர்த்து செய்யலாம்.

வரகு அக்கி ரொட்டி

சாதரனமாக அக்கி ரொட்டி அரிசி மாவில் செய்வார்கள்.

தேவையான பொருட்கள்:

வரகு அரிசிமாவு - 1 கப்

வெங்காயம் - 1 பொடியாக நறுக்கியது

பச்சைமிளகாய் - காரத்திற்கு தேவையான அளவு

சீரகம் 1 டீஸ்பூன்

தேங்காய் - 2 டேபிள் ஸ்பூன்

சோம்பு கீரை-1 கட்டு (நறுக்கியது)

உப்பு

எண்ணெய்

செய்முறை:

எல்லாவற்றையும் ஒன்றாக சேர்த்து தண்ணீர் ஊற்றி சப்பாத்தி மாவு போல் பிசைந்து கொள்ளவும்.

பெரிய எலுமிச்சை அளவு மாவை எடுத்து,

வாழை இலையில் வைத்து, கையில் தண்ணீர் தொட்டு, மெல்லிய அடைகளாக தட்டவும்.

கையில் தண்ணி

தொடுவதால், சுலபமாக மாவை விரிக்க வரும்.

தோசை கல்லை சுடவைத்து, ரொட்டியை வாழை இலை மேலே இருக்கும்படி வைக்கவும்.

மெதுவாக வாழை இலையை எடுத்துவிடவும்.

லேசாக எண்ணெய் ஊற்றவும்.

இரண்டு பக்கமும் லேசாக பொன்னிறமாகும்வரை சுட்டு எடுக்கவும்.

தக்காளி கொச்சுடன் பரிமாறவும்.

குறிப்பு:

எந்த சிறுதானிய மாவிலும் செய்யலாம்.

தினை உளுந்து அடை

மிக சுவையான மொறு மொறுப்பான அடை

தேவையான பொருட்கள்:

தினை - 3 கப்

உடைத்த கருப்பு உளுந்து - 3/4 கப்

துவரம்பருப்பு - 3/4 கப்

மிளகாய் வற்றல்-தேவையான அளவு

மிளகு - 1 டீ ஸ்பூன்

உப்பு

பெருங்காயம்

எண்ணெய்

செய்முறை:

தினையை சுத்தம் செய்து 5 மணிநேரம் ஊறவைக்கவும்.

அரைப்பதற்கு 15 நிமிடங்களுக்கு முன்பாக துவரம்பருப்பையும், உளுந்தம் பருப்பையும் ஊறவைக்கவும்.

முதலில் தினையை அரைக்கவும்.

பாதி அரைபட்டதும், பருப்பு, வத்தல், மிளகு, உப்பு சேர்த்து கொரகொரப்பாக அரைக்கவும்.

அடையாக சுடலாம்.

சுவைமிக்கது.

சாமை பூரி உடன் உருளைகிழங்கு கறி (வெங்காயம் பூண்டு சேர்க்காதது)

பல முறை செய்து பார்த்தும் சரியாக வரவில்லை.
இன்று வெற்றிகரமாக அமைந்தது.

தேவையான பொருட்கள்:

சாமை அரிசிமாவு - 1 கப்
ஜவ்வரிசி மாவு - 2 டேபிள் ஸ்பூன்
தண்ணீர்
ஓமம்
உலர்த்த வெந்தய இலை
சூடான எண்ணெய் - 1 டேபிள் ஸ்பூன்
உப்பு
பூரிகளை பொரிப்பதற்கு எண்ணெய்

செய்முறை:

சிறுதானிய மாவு, ஜவ்வரிசி மாவு இரண்டையும் சேர்த்து தண்ணீர் ஊற்றி தோசை மாவு பதத்தில் கரைத்துக் கொள்ளவும்.

அடிகனமான பாத்திரத்தில் இந்த மாவை ஊற்றி, அதனை குறைந்த தீயில் அடுப்பில் வைக்கவும்.

அதனுடன் சூடான எண்ணெய், ஓமம், காய்ந்த வெந்தய இலை, உப்பு சேர்க்கவும்.

நன்றாக கலந்துவிடவும். (இது மிகவும் முக்கியமானது)

மாவு எல்லாம் ஒன்றாக ஒரு பந்து போல் சேர்ந்து வந்தவுடன் அடுப்பில் இருந்து இறக்கி வைக்கவும்.

வெதுவெதுப்பாக வரும் வரை காத்திருக்கவும்.

கையில் எண்ணெய் தடவிக் கொண்டு மாவை நன்றாக பிசையவும்.

20 நிமிடம் மூடி வைக்கவும்.

பூரியாக சுட்டு எடுக்கவும்.

உருளை கிழங்கு கறி (தம் ஆலு) (வெங்காயம் பூண்டு சேர்க்காதது)

மிகவும் சுவையானது.

தேவையான பொருட்கள்:

சிறிய உருளைகிழங்கு - 1/4 கிலோ (தோல் உரித்து, அதில் முள்கரண்டியால் சில இடங்களில் குத்தி, வறுக்கவும்).

முந்திரி - 15 (30 நிமிடம் ஊற வைத்து விழுதாக அரைத்துக் கொள்ளவும்)

தக்காளி - 3 நடுத்தர அளவு (தக்காளி கூழ் தயார் செய்து வைக்கவும்)

தயிர் - 2 டேபிள் ஸ்பூன்

சீரகம் - 1/4 டீ ஸ்பூன்

மஞ்சள்பொடி - 1 சிட்டிகை

காஷ்மீரி மிளகாய் தூள் - 1/2 டேபிள் ஸ்பூன்

மல்லிபொடி - 1/4 டீ ஸ்பூன்

சீரகப்பொடி - 1/4 டீ ஸ்பூன்

கரம் மசாலா - 1/4 டீ ஸ்பூன்

காய்ந்த வெந்தயக்கீரை - 1/4 டீ ஸ்பூன்

உப்பு - தேவையான அளவு

வெண்ணெய்

எண்ணெய்

செய்முறை:

அடிகனமான பாத்திரத்தில் வெண்ணெய் சேர்த்து அது உருகியதும் சீரகம் சேர்க்கவும்.

வறுபட்டவுடன், தக்காளி கூழ் சேர்க்கவும்.

நன்கு வதக்கவும்.

தயிர் உப்பு, மசாலா பொடிகள் சேர்க்கவும்.

சிறிதளவு தண்ணீர் தெளிக்கவும்.

முந்திரி விழுது சேர்த்து, வறுத்த உருளைகிழங்கு சேர்த்து நன்கு வதக்கவும்.

தேவையான அளவு தண்ணீர் ஊற்றி மூடி வேகவைக்கவும்.

உருளைக் கிழங்கும் மசாலாக்களும் ஒன்றாக சேர்ந்த பிறகு வெண்ணெய், காய்ந்த வெந்தயக் கீரை சேர்க்கவும்.

நான்/பூரி, ரொட்டியுடன் பரிமாறவும்.........

சிறுதானிய காய்கறி சேவை

பல வகை சேவை கடைகளில் கிடைத்தாலும், நாமே செய்யும்போது தனிசுவையாக இருக்கும். இது பெரிய வேலையாக இருந்தாலும், முடிவில் மிகச் சுவையாக இருக்கும்.

தேவையான பொருட்கள்:

குதிரைவாலி அரிசி - 1 கப் (சுத்தம் செய்து, ஊறவைத்து, துணியில் லேசாக உலர்த்தி, மிக்சியில் பொடித்து, சலித்து மாவு தயார் செய்து வைக்கவும்)

உளுந்தம்பருப்பு - 1 கப்

அவல் - 1/2 கப்

இரண்டையும் தனித்தனியே வெறும் வாணலியில் வறுத்து பொடி செய்யவும்.

எண்ணெய்

தண்ணீர்

காய்கறி சேவைக்கு தேவையான பொருட்கள்:

கலந்த காய்கறிகள்- 1 கப் (வேகவைத்தது)

கடுகு

உளுந்தம்பருப்பு

மஞ்சள்

மிளகாய்

கறிவேப்பிலை

கொத்தமல்லி

பெருங்காயம்

உப்பு

எண்ணெய்

செய்முறை:

அடிகனமான பாத்திரத்தில் 2 கப் தண்ணீர் ஊற்றி கொதிக்க வைக்கவும். கொதித்ததும் உப்பு சேர்த்து தீயை அணைத்துவிடவும்.

அதில், குதிரைவாலி அரிசிமாவு, உளுந்தமாவு, அவல் மாவு சேர்த்து நன்றாக கலந்து மூடி வைக்கவும்.

வெதுவெதுப்பான சூடு ஆனவுடன் நன்றாக மாவை பிசைந்து மிருதுவாக ஆக்கவும்.

இட்லி பாத்திரத்தில் தண்ணீர் ஊற்றி, இடியாப்ப அச்சில் மாவை வைத்து பிழிந்து, 10 நிமிடம் வேகவைக்கவும்.

வெந்தவுடன் எடுத்து ஆறவைக்கவும்.

சேவை தயார்.

காய்கறி சேவை செய்வதற்கு:

வாணலியில் எண்ணெய் ஊற்றி காய்ந்ததும், கடுகு, உளுத்தம்பருப்பு, கறிவேப்பிலை, மிளகாய் சேர்த்து வதக்கவும்.

பின் மஞ்சள் தூள், வேக வைத்த காய்கறிகள் சேர்த்து நன்கு கலந்துவிடவும்.

பிறகு தயார் செய்த சேவை கொத்தமல்லி இலை சேர்த்து, நன்கு கலந்து பரிமாறவும்.

குறிப்பு:

எந்த சிறுதானியத்திலும் செய்யலாம்.

காலிபிளவர் ஸ்டப்ட் கேழ்வரகு பரோட்டா

சாதாரணமாக பரோட்டே மைதா அல்லது கோதுமையில் செய்வார்கள்.
நான் கேழ்வரகில் செய்திருக்கிறேன்.

தேவையான பொருட்கள்:

கேழ்வரகு மாவு - 1/2 கப்
தண்ணீர் - 1/2 கப்
உப்பு
காலிபிளவர் மசாலா:
துருவிய காலிபிளவர் - 1/2 கப்
பச்சை மிளகாய் - தேவைக்கு
இஞ்சி - 1/2 அங்குல துண்டு
கொத்தமல்லி இலை - சிறிதளவு
உப்பு
சீரகம் - 1/2 டீ ஸ்பூன்
எண்ணெய்

செய்முறை:

தண்ணீரை கொதிக்கவைக்கவும். கொதிக்க ஆரம்பித்தவுடன், அடுப்பில் இருந்து இறக்கி, உப்பு, கேழ்வரகு மாவு சிறிது சிறிதாக சேர்த்து கலந்து முடிவைக்கவும்.
சூடு குறைந்ததும் மாவை நன்றாக பிசைந்து மிருதுவாக்கவும்.

காலிபிளவர் மசாலா:

1/2 டீ ஸ்பூன் எண்ணெயை சூடாக்கி அதில் சீரகம், இஞ்சி, பச்சைமிளகாய் விழுது உப்பு சேர்த்து வதக்கி பின் துருவிய காலிபிளவர் சேர்த்து வதக்கவும்.சிறிது தண்ணீர் தெளித்து மூடி வேகவைக்கவும். கடைசியாக கொத்தமல்லி இலை தூவவும்.

பரோட்டா செய்முறை:

ஒரு எலுமிச்சை அளவு கேழ்வரகு மாவை பட்டர் பேப்பரில் சப்பாத்தி போல் விரித்து அதன்மேல் காலிபிளவர் மசாலா கலவையை வைத்து, இன்னொரு சப்பாத்தியால் மூடி ஓரத்தை தண்ணீரால் ஒட்டி,

சூடான தோசைகல்லில் போட்டு பரோட்டாக்களை சுட்டு எடுக்கவும்.

சேப்பங்கிழங்கு பரோட்டா

மிக சுவையான உணவு

இந்த பரோட்டா செய்யும்போது ஆளிவிதை பொடி யை கட்டாயமாக உபயோகப் படுத்துங்கள். குளுட்டன் இல்லாத மாவிற்கு இது ஒரு இணைப்பாக செயல்படுகிறது.

தேவையான பொருட்கள்:

சேப்பங்கிழங்கு - 1/4 கிலோ (வேகவைத்து தோல் உரித்து, துருவிக்கொள்ளவும்)

நிலக்கடலை -1/2 கப் (வறுத்து, பொடித்தது)

செஸ்ட்நட் மாவு/Singhara atta-1 கப்

ஆளிவிதை பொடி - 2 டேபிள் ஸ்பூன்

மிளகாய்பொடி - தேவைக்கு ஏற்ப

சீரகப்பொடி - 1/2 டேபிள் ஸ்பூன்

இஞ்சி, மிளகாய் விழுது - 1 டேபிள் ஸ்பூன்

கரம்மசாலா - 1/2 டீஸ்பூன்

கொத்தமல்லி இலை - பொடியாக நறுக்கியது

உப்பு

எண்ணெய்

நெய்

செய்முறை:

ஒரு பாத்திரத்தில் துருவிய சேப்பங்கிழங்கு, பொடித்த நிலக்கடலை, கரம்மசாலா, சீரகப்பொடி, மிளகாய் இஞ்சி விழுது, ஆளிவிதை பொடி, உப்பு கொத்தமல்லி இலை, செஸ்ட்நட் மாவு எல்லாவற்றையும் ஒன்றாக சேர்த்து கலந்து, தண்ணீர் தெளித்து சப்பாத்தி மாவு போல் பிசைந்துகொள்ளவும்.

மேலே எண்ணெய் தடவவும்.

30 நிமிடம் மூடி வைக்கவும்.

சப்பாத்தியாக தேய்த்துக்கொள்ளவும்.

தோசை கல்லை காயவைத்து தேய்த்த பரோட்டாக்களை சூடான தோசைக் கல்லில் போட்டு இரண்டு பக்கமும் சுட்டு எடுக்கவும்.

தயிர் மற்றும் ஊறுகாயுடன் பரிமாறவும்.

நான் தக்காளி தொக்கு மற்றும் தயிருடன் பரிமாறினேன்.

கம்பு இடியாப்பம்

நான் சுலபமான முறையில் செய்திருக்கிறேன்.

செய்முறை:

2 கப் தண்ணீரை சுடவைத்து, அதில் 1 ஸ்பூன் தேங்காய் எண்ணெய், உப்பு சேர்க்கவும். அதனுடன் 1 கப் கம்பு மாவு, 1 கப் உளுந்துமாவு, அவல் மாவு (1 கப் உளுந்தம்பருப்பு, 1/2 கப் அவலை தனித் தனியாக வெறும் வாணலியில் வறுத்து பொடிக்கவும். இரண்டையும் ஒன்றாக சேர்த்து வைக்கவும். இதனை சில மாதங்கள் வைத்திருக்கலாம்) அடுப்பில் இருந்து இறக்கி மூடி வைக்கவும்.

சூடு குறைந்தபிறகு கைகளால் நன்றாக பிசைந்து கொள்ளவும்.

இடியாப்ப அச்சில் மாவை வைத்து பிழிந்து, 7 நிமிடம் ஆவியில் வேக வைக்கவும்.

வரகரிசி, காரட் இடியாப்பம்

இயற்கையான நிறமுடைய சத்து மிகுந்த இடியாப்பம்.

கடைகளில் பல இடியாப்ப மாவு கிடைத்தாலும், நமே செய்வது சுவையாகவும், ஆரோக்கியமாகவும் இருக்கும்.

தேவையான பொருட்கள்:

வரகரிசி - 1 கப் (சுத்தம் செய்து 5 மணிநேரம் ஊறவைத்து துணியில் லேசாக உலர்த்தி மிக்சியில் மாவாக அரைத்துக் கொள்ளவும்.

1 கப் உளுந்து, 1/2 கப் அவலை வறுத்து மிக்சியில் பொடித்து வைத்துக்கொள்ளவும்.

எண்ணெய்

தண்ணீர்

உப்பு

காரட் - 200gm (காரட்டை சுத்தம் செய்து தோல்சீவி, வேகவைத்து மசித்துக்கொள்ளவும்.

செய்முறை:

அடிகனமான பாத்திரத்தில் 2 கப் தண்ணீர் ஊற்றி காய்ந்ததும் அதில் 1 டீ ஸ்பூன் எண்ணெய் உப்பு, காரட் விழுது சேர்த்து கீழே இறக்கிவைக்கவும்.

அதில் வரகு மாவு, உளுந்து அவல் மாவு சேர்த்து நன்கு கலந்து மூடி வைக்கவும்.

மிதமான சூடு வந்ததும், மிருதுவான மாவாக வரும் வரை நன்றாக பிசைந்து முடிவைக்கவும்,

பின் இடியாப்ப அச்சில் மாவை வைத்து பிழிந்து ஆவியில் 10 நிமிடம் வேக வைக்கவும். சூடு குறையும்வரை காத்திருக்கவும்..

ஆரோக்கியமான அழகிய நிறத்தில் இடியாப்பம் தயார்..

குறிப்பு:

உளுந்தமாவு, அவல் மாவை அதிக நாள் வைத்திருக்கலாம்.

சிறுதானிய ரவை, ராஜ்மா, பீட்ரூட் டோக்ளா

மிக ஆரோக்கியமான உணவு

நீங்கள் கட்டாயம் இதை செய்துபார்ப்பீர்கள்.

தேவையான பொருட்கள்:

ராஜ்மா - 1/2 கப் இரவு ஊறவைக்கவும்

பீட்ரூட்-1 தோல்சீவி, வேகவைத்து, துருவிக்கொள்ளவும்

சிறுதானிய ரவை - 3 டேபிள் ஸ்பூன்

இஞ்சி - 1 டீ ஸ்பூன்

பச்சை மிளகாய் விழுது - 1 டீ ஸ்பூன்

எலுமிச்சை சாறு - 1 டீஸ் ஸ்பூன்

ENO பழ உப்பு - 1 டீஸ்பூன்

உப்பு

எண்ணெய்

தாளிப்பதற்கு:

எண்ணெய்

வெள்ளை எள்

பச்சைமிளகாய்

செய்முறை:

ஊறவைத்த ராஜ்மாவை இரண்டு முறை கழுவவும்.

ஊறவைத்த ராஜ்மா, துருவிய பீட்ரூட், பச்சைமிளகாய் இஞ்சி ஆகியவற்றை விழுதாக அரைத்துக் கொள்ளவும்.

அதனுடன் சிறுதானிய ரவை உப்பு சேர்க்கவும்.

தேவையான அளவு தண்ணீர் சேர்த்து கலந்து கொள்ளவும்.

எலுமிச்சை சாறு சேர்க்கவும்.

ஒரு பாத்திரத்தில் தண்ணீர் ஊற்றி கொதிக்க வைக்கவும்.

டோக்ளா ஊற்றும் பாத்திரத்தில் எண்ணெய் தடவி, அதில் கலந்து வைத்த மாவை ஊற்றவும்.

ஆவியில் 10 முதல் 12 நிமிடம் வேகவைக்கவும்.

சூடு ஆறியபிறகு எடுக்கவும்.

தாளிக்கும் பொருட்களை தாளித்து மேலே ஊற்றவும்.

சிறு துண்டுகளாக வெட்டி பச்சை சட்னி, இனிப்பு, கார சட்னியுடன் சாப்பிடவும்.

திணை அப்பம் உடன் கடலை கறி (பிரவுன் கொண்டை கடலை)

ஈஸ்ட் தேவை இல்லை.

தேவையான பொருட்கள்:

திணை அரிசி - 2 கப்

தேங்காய் துருவல் - 1 கப்

உப்பு - தேவையான அளவு

சர்க்கரை-1 டீ ஸ்பூன்

தண்ணீர் - தேவையான அளவு

செய்முறை:

திணை அரிசியை சுத்தம் செய்து 5 மணி நேரம் ஊற வைக்கவும்.

பிறகு தேங்காய் துருவலுடன் விழுதாக அரைத்துக் கொள்ளவும்.

3 டேபிள் ஸ்பூன் அரைத்த மாவுடன் 1 கப் தண்ணீர் சேர்த்து கூழ்போல் காய்ச்சிக்கொள்ளவும்.

ஆறவிடவும்.

நன்கு ஆறியதும் அரைத்த மாவுடன் கலந்துகொள்ளவும்.

உப்பு, சர்க்கரை சேர்த்து நன்கு கலந்து கொள்ளவும்.

8 மணி நேரம் புளிக்க வைக்கவும்.

புளித்த பிறகு ஆப்பம் சட்டியை சுடவைத்து, 1 கரண்டி மாவை அதில் ஊற்றி சுழற்றவும்.

மூடி வேகவைக்கவும்.

வெந்த பிறகு எடுக்கவும்.

எல்லா மாவையும் இதே போல் சுட்டு எடுக்கவும்.

பிடித்தமான குழம்புடன் சாப்பிடவும்.

நான் கடலை கறியுடன் பரிமாறினேன்.

குறிப்பு:

நான் ஈஸ்ட், பேகிங் சோடா உபயோகிக்கவில்லை.

10 மணிநேரம் மாவை இயல்பாகவே புளிக்க வைத்தேன்.

ஒருவேளை மாவு புளிக்கவில்லை என்றால் ஈஸ்ட்றகு பதிலாக பேகிங் சோடா உபயோகிக்கலாம்.

வெள்ளை கொண்டைகடலை குழிபணியாரம்

தயார் செய்வது சுலபம்

கொண்டை கடலையை 8 மணிநேரம் ஊறவைக்கவும்.

8 மணி நேரத்திற்கு பிறகு மீண்டும் கழுவி, மிளகாய் வத்தல், உப்பு, கொத்தமல்லி இலை, பெருங்காயம் சேர்த்து அரைத்துக்கொள்ளவும்.

காரட், காலிபிளவரை துருவிக்கொள்ளவும்.

இதனை அரைத்த கொண்டைகடலை கலவையுடன் நன்கு கலந்துகொள்ளவும்.

குழிபணியார அச்சை சூடுபடுத்தி, சிறிது எண்ணெய் ஊற்றி, இந்த மாவை எல்லா குழிகளிலும் ஊற்றவும்.

மூடி வேகவைக்கவும்.

இரண்டுபக்கமும் வெந்த பிறகு எடுத்து, விருப்பமான சட்னியுடன் சாப்பிடவும்......

சிறுதானியத்தை சமைக்கும் முறை

தேவையான பொருட்கள்:

ஏதாவது ஒரு சிறுதானியம்- 1 கப்

தண்ணீர் - 2 கப்

எண்ணெய்/நெய் - 1 டீ ஸ்பூன்

செய்முறை:

சிறுதானியத்தை 5 மணிநேரம் ஊற வைக்கவும்.

2 கப் தண்ணீரை கொதிக்க வைக்கவும்.

நெய்/எண்ணெய் சேர்க்கவும்.

தண்ணீரை வடிகட்டி சிறுதானியத்தை கொதிக்கும் நீரில் சேர்க்கவும்.

தேவையான அளவு உப்பு சேர்த்து, மூடி 7 முதல் 10 நிமிடம் வேகவைக்கவும்.

சிறுதானியம் வெந்த பிறகு இறக்கி வைக்கவும்.

சூடு குறையும் வரை காத்திருக்கவும்.

முள்கரண்டியால் வெந்த சிறுதானியத்தை உதிர்த்துவிடவும்.

இதை உபயோகித்து பலவகையான புலவு செய்யலாம்.

அல்லது

சாம்பார், பருப்பு, ரசம், பொறியல், தயிருடன் சாப்பிடலாம்.

ஆரஞ்சு கம்பு அவல்

இது மிக புதுமையான உணவு

ஆரஞ்சு அதிகமாக கிடைக்கும் காலங்களில் இதனை செய்யலாம்.

சுவை மிக அற்புதமாக இருக்கும்.

தேவையான பொருட்கள்

கம்பு அவல்- 2 கப்

ஆரஞ்சு சாறு - 2 கப்

வெங்காயம்-1 பொடியாக நறுக்கியது

நிலக்கடலை - 1/3 கப்

பச்சைமிளகாய் - தேவையான அளவு

சர்க்கரை - 1/2 டீஸ்பூன்

கொத்தமல்லி இலை

தேங்காய் துருவல்

செய்முறை:

கம்பு அவலை சுத்தம் செய்து, ஆரஞ்சு சாறில் 10 முதல் 15 நிமிடம் ஊறவைக்கவும்.

ஆரஞ்சு சாறில் அவல் ஊறும் வரை காத்திருக்கவும்.

அடிகனமான பாத்திரத்தில் சிறிது எண்ணெய் ஊற்றி, காய்ந்ததும் அதில் கடுகு சேர்த்து வெடிக்க விடவும்.

பிறகு நிலக்கடலை, பச்சைமிளகாய், கறிவேப்பிலை சேர்க்கவும்.

பின் நறுக்கிய வெங்காயம் சேர்த்து நன்கு வதக்கவும்.

மஞ்சள், உப்பு, சர்க்கரை சேர்க்கவும்.

நன்றாக கலந்துவிடவும்.

பிறகு ஆரஞ்சு சாறில் ஊறிய அவலை சேர்த்து லேசாக சூடு ஆகும் வரை கலந்துவிடவும்.

கொத்தமல்லி இலை தூவி ரசித்து சாப்பிடவும்.

மசாலா டீயுடன் சாப்பிட சுவையாக இருக்கும்....

மத்திய உணவு

சோம்பு இலை சிறுதானிய புலவு

சிறந்த மணமும் அழகிய நிறமும் உடையது.

தேவையான பொருட்கள் :

சிறுதானியம்- 1 கப் (தனியாக வேகவைத்துக் கொள்ளவும்.)

சோம்பு இலை - 1 கட்டு

துருவிய தேங்காய்-1/4கப்

கிராம்பு - 5

பட்டை - 1 சிறிய துண்டு

பச்சை மிளகாய் - தேவையான அளவு

சீரகம்

பிரியாணி இலை

உப்பு

நெய்/எண்ணெய்

உருளைகிழங்கு - 1 (தோல் உரித்து சிறு சதுரங்களாக வெட்டி வறுத்துக் கொள்ளவும்.)

செய்முறை:

தேங்காய், கிராம்பு, பட்டை, பச்சை மிளகாய், பாதி சோம்பு இலைகள் சேர்த்து விழுதாக அரைக்கவும்.

அடிகனமான பாத்திரத்தில் நெய்யை சூடாக்கி அதில் சீரகம், பிரியாணி இலை சேர்க்கவும். சீரகம் பொரிந்த உடன், மீதி இருக்கும் சோம்பு இலைகளை பொடியாக வெட்டி சேர்க்கவும்.

நன்றாக வதக்கவும்.

அரைத்த விழுது, உப்பு சேர்த்து வதக்கவும்.

மூடி சிறிது நேரம் வேகவைக்கவும்.

பிறகு வேகவைத்த சிறுதானியத்தை சேர்க்கவும்.

நன்கு கலந்துவிடவும்.

கடைசியாக வறுத்த உருளை கிழங்கு சேர்க்கவும்

குறிப்பு:

நான் வரகு அரிசி சேர்த்திருக்கிறேன். நீங்கள் எந்த சிறுதானியத்தையும் சேர்க்கலாம்.

சிறுதானியம் வேகவைக்கும் முறையை படித்து வேக வைத்துக் கொள்ளவும்.

வரகு அரிசி புலாவ்

நல்ல நிறமுடையது

தேவையான பொருட்கள்:

வரகு அரிசி - 1 கப் (சிறுதானிய அரிசி வேகவைக்கும் முறையில் வேகவைத்துக் கொள்ளவும்)

மஞ்சள்பொடி

உப்பு

பச்சை பட்டாணி - 1/2 கப் (வேகவைத்தது)

அரைத்துக்கொள்வதற்கு:

கொத்தமல்லி இலை - 1 கட்டு

இஞ்சி-1 அங்குல துண்டு

பச்சைமிளகாய் - தேவையான அளவு

தாளிப்பதற்கு:

நெய்

கடுகு

சீரகம

கறிவேப்பிலை

செய்முறை:

சிறுதானியம் சமைக்கும் முறை: 1 கப் சிறுதானியத்தை கழுவி 5 மணிநேரம் ஊற வைக்கவும்.

2 கப் தண்ணீர் ஊற்றி கொதிக்க விடவும்.

1 டேபிள் ஸ்பூன் எண்ணெய்/

நெய் ஊற்றவும்.

தண்ணீர் கொதித்த உடன் வரகரிசியை தண்ணீரில் இருந்து எடுத்து, கொதிக்கும் நீரில் போட்டு, மூடி, தீயை குறைத்து 10 நிமிடம் வேக விடவும்.

பிறகு முள்கரண்டியால் உதிர்த்துவிடவும்.

புலவு செய்முறை:

கொத்தமல்லி இலை, இஞ்சி, பச்சைமிளகாய் ஆகியவற்றை விழுதாக அரைக்கவும்.

அடிகனமான பாத்திரத்தை சூடாக்கி அதில் நெய் ஊற்றி, அதில் கடுகு சீரகம், கறிவேப்பிலை சேர்க்கவும்.

கடுகு வெடித்த பிறகு, அரைத்த விழுது, வேகவைத்த பட்டாணி உப்பு, மஞ்சள்பொடி சேர்க்கவும்.

நன்றாக கலந்துவிடவும்.

வேகவைத்த வரகரிசியை சேர்க்கவும்.

நன்றாக கலந்து விடவும்.நன்றாக கலந்து விடவும்.

பிடித்த ரைத்தா உடன் சாப்பிடலாம் ....

ஊதா நிற சங்கு புஷ்பம் ஃப்ரைடு ரைஸ் (வெங்காயம், பூண்டு தேவை இல்லை)

மிகவும் வித்தியாசமான சாதம் இது.

தேவையான பொருட்கள்:

10 - 20 ஊதா நிற சங்கு புஷ்பம்

1 1/2 கப் சிறுதானியம்

2 டேபிள் ஸ்பூன் எள்

1/2 டீ ஸ்பூன் இஞ்சி பொடியாக நறுக்கியது

1 டீஸ்பூன் செலரி

1 காரட் தோல்சீவி சிறு சதுர துண்டுகளாக வெட்டிக் கொள்ளவும்.

1/2 கப் டபுள் பீன்ஸ்

வெள்ளை மிளகு பொடி தேவையான அளவு

உப்பு

செய்முறை:

சங்கு பூவை தண்ணீரில் கொதிக்க வைத்து வடிகட்டி வைக்கவும்.

பூவில் உள்ள ஊதா நிறம் தண்ணீரில் இறங்கி,

அந்த தண்ணீர் ஊதா நிறத்தில் இருக்கும்.

அந்த தண்ணீரில் சிறுதானியத்தை வேகவைக்கவும்.

ஒரு பாத்திரத்தில் நல்லெண்ணெய்யை காயவைத்து, சூடானவுடன் செலரி, கேரட், வேகவைத்த டபிள் பீன்ஸ் சேர்க்கவும்.

நன்கு வதக்கவும்.

உப்பு, வெள்ளை மிளகுதூள் சேர்க்கவும்.வேகவைத்த சிறுதானியத்தை சேர்த்து நன்கு கலந்து விடவும்.

வேகவைத்த சங்குபுஷ்பம், டபுள் டீன்ஸ் ஆல் அலங்கரிக்கவும்.

குறிப்பு:

நீங்கள் விரும்பினால் வெங்காயம் பூண்டு உபயோகப் படுத்துங்கள்.

மக்காசோளம், மற்றும் வேறு பயறுகள் உபயோகித்துக் கொள்ளலாம்.

நான் வீட்டில் தயாரித்த தயிர் மற்றும் வறுத்த வெண்டைக்காயுடன் பரிமாறினேன்.

சிறுதானியம் கொள்ளு சாதம்

சத்துள்ளது. சுலபமாக செய்யக்கூடியது.

தேவையான பொருட்கள்:

சிறுதானியம் - 1 கப் (சிறுதானியம் வேகவைக்கும் முறை படி செய்துகொள்ளவும்)

எண்ணெய் இல்லாமல் வறுத்து பொடி செய்ய தேவையான பொருட்கள்:

கொள்ளு - 3 டேபிள் ஸ்பூன்

உலர்ந்த தேங்காய் துருவல் - 2 டேபிள் ஸ்பூன்

கறிவேப்பிலை

வெல்லம் - 1 டேபிள் ஸ்பூன்

புளி - சிறிய நெல்லிக்காய் அளவு

மிளகாய் வற்றல்-தேவையான அளவு

உப்பு

தாளிப்பதற்கு:

நெய்

கடுகு

கறிவேப்பிலை

மஞ்சள் பொடி

செய்முறை:

சிறுதானியத்தை 5 மணிநேரம் ஊற வைக்கவும்.

வேகவைத்துக்கொள்ளவும். வறுத்து பொடிக்க கொடுத்துள்ள பொருட்களை பொடி செய்யவும்.

அடிகனமான பாத்திரத்தை சூடு படுத்தி கடுகு, மஞ்சள் பொடி, கறிவேப்பிலை சேர்க்கவும்.

வெடித்த பிறகு, வேகவைத்த சாதம், மசாலா பொடி சேர்த்து நன்கு கலந்துவிடவும்.

பிடித்தமான சட்னியுடன் சாப்பிடவும்.

சிறுதானிய அவகேடா புலாவ்

தேவையான பொருட்கள்:

வேகவைத்த சிறுதானியம் - 1 கப்

அவகேடா - 1

கொத்தமல்லி இலை

இஞ்சி - 1 அங்குல துண்டு

பச்சை மிளகாய் - தேவையான அளவு

முளைகட்டிய பாசிப்பயறு - 1/4 கப்

காரட் - 1/2 கப் துருவியது

சீரகம்

உப்பு

எலுமிச்சை சாறு - 3 டேபிள் ஸ்பூன்

செய்முறை:

கொத்தமல்லி இலை, பச்சைமிளகாய், இஞ்சி ஆகியவற்றை விழுதாக அரைத்துக் கொள்ளவும்.

பாசிப்பயறை ஆவியில் வேக வைத்துக் கொள்ளவும்.

அடிகனமான பாத்திரத்தில் எண்ணெய்யை சூடுபடுத்தி அதில் சீரகம், காரட் சேர்த்து வேகும் வரை வதக்கவும்.

கொத்தமல்லி விழுது, உப்பு சேர்த்து நன்கு வதக்கவும்.

ஆவியில் வேகவைத்த பாசிப்பயறு சேர்த்து வதக்கி, வேகவைத்த சிறுதானியத்தை சேர்த்து கலந்து இறக்கிவைக்கவும்.

கடைசியாக சிறு துண்டுகளாக நறுக்கிய அவகேடா சேர்த்து கலந்துவிடவும். உடனே எலுமிச்சை சாறு சேர்க்கவும்.

இல்லை என்றால் நிறம் மாறிவிடும்.

பிடித்தமான பச்சடியுடன் சேர்த்து சாப்பிட சுவையாக இருக்கும்.

குறிப்பு:

நான் கேரட், முளைகட்டிய பாசிப்பயறு உபயோகித்திருக்கிறேன்.

நீங்கள் விருப்பப்பட்ட காய்கறிகள் உபயோகித்துக் கொள்ளலாம்.

விருப்பமான மசாலா சேர்த்துக் கொள்ளலாம்.

நான் வரகரிசி உபயோகித்திருக்கிறேன். நீங்கள் வேறு சிறுதானியம் உபயோகித்துக் கொள்ளலாம்.

சிறுதானியம் வேகவைக்கும் முறை படி வேகவைத்துக் கொள்ளவும்.

சிறுதானியம், இனிப்பு சோளம் புலாவ்

தேவையான பொருட்கள்:

வரகு அரிசி - 1 கப் வேகவைத்தது

இனிப்பு சோளம் - 1/2 கப்

தேங்காய்பால் - 1/4 கப்

ஏலக்காய் - 3

மிளகு - 1/4 டீ ஸ்பூன்

பட்டை - 1 அங்குல துண்டு

கிராம்பு-4

சீரகம் - 1/4 ஸ்பூன்

பிரியாணி இலை - 1

உப்பு

வெண்ணெய் - 1 டீ ஸ்பூன்

கொத்தமல்லி இலை - அலங்கரிக்க

செய்முறை:

இனிப்பு சோளத்தை தேங்காய்பாலில் வேகவைக்கவும். (இப்படி செய்வதால் சுவை அதிகரிக்கும்)

ஏலக்காய், கிராம்பு, பட்டை ஆகியவற்றை பொடி செய்துகொள்ளவும்.

அடிகனமான பாத்திரத்தில் வெண்ணெய் சேர்த்து, வெண்ணெய் உருகியதும் சீரகம் பிரியாணி இலை சேர்க்கவும்.

பின்பு வேக வைத்த இனிப்பு சோளம் உப்பு சேர்த்து நன்கு வதக்கவும்.

பொடி செய்த வாசனை பொருட்களை சேர்க்கவும்.

கடைசியாக வேகவைத்த வரகரிசி சாதத்தை சேர்க்கவும்.

நன்றாக கலந்துவிடவும்.

கொத்தமல்லி இலை தூவி அலங்கரிக்கவும்.பிடித்தமான பச்சடியுடன் சாப்பிடவும்.

முளைகட்டிய பச்சைபயறு வறுத்த சாதம்

சுவையான உணவு

தேவையான பொருட்கள்:

சிறுதானியம் தனியாக வேகவைத்துக்கொள்ளவும்.

வெங்காய தாள்-1

முட்டை கோஸ்-1/2கப் சிறியதாக நறுக்கியது

குடைமிளகாய் - 1/4கப் சிறியதாக நறுக்கியது

இஞ்சி - 1/2 அங்குல துண்டு

முளைகட்டிய பச்சை பயறு - 1 கப்

வெள்ளை மிளகுதூள் - தேவையான அளவு

சோயா சாஸ் - 1 டேபிள் ஸ்பூன்

செய்முறை:

சிறுதானியத்தை தனியாக வேகவைத்துக்கொள்ளவும்.

அடிகனமான பாத்திரத்தில் 1 டேபிள் ஸ்பூன் எண்ணெய் ஊற்றி காய்ந்ததும், வெங்காயத்தாளில் இருக்கும் வெங்காயம், இஞ்சி ஆகியவற்றை பொடியாக நறுக்கி எண்ணெய்யில் சேர்த்து நன்கு வதக்கவும்.

அடுத்து பொடியாக நறுக்கிய முட்டைகோஸ் குடமிளகாய் சேர்த்து நன்கு வதக்கவும்.

பின்பு முளை கட்டிய பச்சை பயறு, உப்பு, வெள்ளை மிளகுதூள் சேர்த்து வதக்கவும்.

நன்கு வதங்கியதும் சோயா சாஸ், வேகவைத்த சிறுதானியம் சேர்த்து கலந்துவிடவும்.

கடைசியாக வெங்காயத்தாளின் பச்சை பகுதியை பொடியாக நறுக்கி மேலே தூவவும்.

சாஸ் உடன் சூடாக பரிமாறவும்.

குழந்தைகளுக்கு மிகவும் பிடித்தமான உணவு இது.

சுலப முறை சிறுதானிய இனிப்பு சோள கிச்சடி

தேவையான பொருட்கள்:

வரகரிசி - 1/2 கப் (5 மணிநேரம் ஊரவைக்கவும்)

பாசிப்பருப்பு - 2 டேபிள் ஸ்பூன் (வரகரிசியுடன் ஊற வைக்கவும்)

இனிப்பு சோளம் - 1/4 கப் (மைக்ரோ அவனில் வறுத்துக் கொள்ளவும்.

மஞ்சள்பொடி - 1 சிட்டிகை

மிளகாய்தூள் - தேவையான அளவு

உப்பு

கொத்தமல்லி இலை -பொடியாக நறுக்கியது

தாளிப்பதற்கு:

எண்ணெய்/வெண்ணெய்

கடுகு

சீரகம்

கறிவேப்பிலை

இஞ்சி-1 அங்குல துண்டு (பொடியாக நறுக்கியது)

செய்முறை:

குக்கரில் எண்ணெய்/வெண்ணெய் ஊற்றி காய்ந்ததும் தாளிப்பதற்கு கொடுத்துள்ள பொருட்களை சேர்த்து நன்கு வதக்கவும்.

பின்பு இனிப்பு சோளம், உப்பு மஞ்சள்பொடி, மிளகாய் பொடி சேர்த்து நன்கு வதக்கவும்.

அடுத்து ஊறவைத்த பருப்பு மற்றும் சிறுதானியத்தை சேர்க்கவும்.

நன்கு கலந்து விடவும்.

3 கப் தண்ணீர் சேர்த்து, குக்கரை மூடி 4 விசில் வரும்வரை வேக வைக்கவும்.

அடுப்பிலிருந்து இறக்கவும்.

தானாக சத்தம் அடங்கும் வரை காத்திருக்கவும்.

நறுக்கிய கொத்தமல்லி இலை தூவி பரிமாறவும்.

தனலில் வறுத்த கத்தரிக்காய் பச்சடி

கத்தரிக்காயின் மேல் எண்ணெய் தடவவும்.

நேரடி தனலில் வாட்டி சுட்டு எடுக்கவும்.

ஆறிய பிறகு தோலை உரித்து எடுக்கவும்.

மசித்துக் கொள்ளவும்.

தேங்காய், பச்சை மிளகாயை விழுதாக அரைத்துக் கொள்ளவும்.

இதனை மசித்த கத்தரிக்காய் விழுதுடன் கலந்து விடவும்.

உப்பு சேர்க்கவும்.

கடுகு, உளுந்தம் பருப்பு கறிவேப்பிலை தாளித்து சேர்க்கவும்.

கடைந்த தயிர் சேர்த்து நன்கு கலந்து கொள்ளவும்.

கத்தரிக்காய் பச்சடி தயார்.

சிறுதானிய புளியோதரை

பாரம்பரிய ஐயங்கார் செய்முறை.

வரகரிசி புளியோதரை

கோவில் புளியோதரை தனிச்சுவை மற்றும் மணத்துடன் இருக்கும்.
இந்த செய்முறை ஐயங்கார் புளியோதரை முறைப்படி செய்திருக்கிறேன்.
தென் இந்தியாவில் அனைவருக்கும் மிகவும் பிடித்தமான உணவு,
சுற்றலா செல்லும் போது எடுத்துச் செல்லக்கூடியது.
முக்கியமாக வாழை இலையில் கட்டி ரயில் பயணத்தின் போது எடுத்துச் செல்வார்கள்.
எனக்கும் இந்த அனுபவம் உண்டு.

தேவையான பொருட்கள்:

வேகவைத்த சிறுதானியம் - 1 கப்

புளி காய்ச்சல் செய்முறை:

புளி - ஒரு பெரிய நெல்லிக்காய் அளவு(தண்ணீரில் ஊறவைத்து வடிகட்டிக் கொள்ளவும்.)
கடுகு - 1 டீஸ்பூன்
உளுந்தம் பருப்பு - 1 டீஸ்பூன்
கடலைபருப்பு-1டீஸ்பூன்
பெருங்காயம்-
மஞ்சள்பொடி
நிலக்கடலை பருப்பு - 3 டேபிள் ஸ்பூன்
கருப்பு கொண்டைகடலை - 3 டேபிள் ஸ்பூன்
உப்பு
வெல்லம் - சிறிது

வறுத்து பொடிக்க:

கொத்தமல்லி விதை - 2 டேபிள் ஸ்பூன்

சிகப்பு மிளகாய் வற்றல்-தேவையான அளவு

எள் - 1 டீ ஸ்பூன்

வெந்தயம்-1/2டீ ஸ்பூன்

வெறும் வாணலியில் வறுத்து பொடி செய்து கொள்ளவும்.

தாளிப்பதற்கு:

நல்லெண்ணெய்

கடுகு

முந்திரி

கறிவேப்பிலை

வற்றல்

செய்முறை:

அடிகனமான பாத்திரத்தை அடுப்பில் வைத்து, அதில் நல்லெண்ணெய் ஊற்றி, சூடானதும், கடுகு, உளுந்தம்பருப்பு, கடலைபருப்பு, நிலக்கடலை, கொண்டைக் கடலை, பெருங்காயம் சேர்த்து நன்கு வதக்கவும்.

பிறகு புளிக்கரைசல், உப்பு, மஞ்சள் பொடி சேர்த்து கலந்துவிடவும்.

அடுப்பு குறைந்த தணலில் இருக்கட்டும்.

எல்லாம் ஒன்றாக கொதிக்கட்டும்.

நன்றாக கொதித்து குழம்பு போல் வந்த பிறகு, வறுத்து பொடித்த கொத்தமல்லி மிளகாய் வற்றல், எள் சேர்க்கவும்,

புளிகாய்ச்சல் தயார்.

இது பல நாட்கள் கெடாமல் இருக்கும்.

கலந்து கொள்வதற்கு.

ஒரு பெரிய பாத்திரத்தில் வேகவைத்த சிறுதானிய சாதத்தை பரப்பிவிடவும்.

நல்லெண்ணெய், மஞ்சள்பொடி சேர்க்கவும்.நன்கு கலந்து விடவும்.

ஒவ்வொரு ஸ்பூனாக புளி காய்ச்சலை ஊற்றவும்.

நன்கு கலந்து விடவும்.

கடைசியாக வெந்தயம் பொடி சேர்க்கவும்.

நல்லெண்ணையில் தாளிக்க கொடுத்துள்ள பொருள்களை வறுத்து சேர்க்கவும்.

நான் வீட்டில் தயாரித்த ஜவ்வரிசி வடகத்துடன், பரிமாறினேன்.

வெள்ளை பூசணிக்காய், கருப்பு கொண்டைகடலை பொரியல்

மிகவும் சுலபமாக செய்யக்கூடியது.

தேவையான பொருட்கள்:

வெள்ளை பூசணிக்காய்-1/2 கிலோ (தோல் சீவி சதுரங்களாக வெட்டிக்கொள்ளவும்)

கருப்பு கொண்டைகடலை-1/2கப் (4 மணிநேரம் ஊரவைக்கவும்)

மஞ்சள்பொடி - 1/4 டீ ஸ்பூன்

தேங்காய் துருவல் - 2 டேபிள் ஸ்பூன்

உப்பு

வறுத்து பொடிக்க:

கொத்தமல்லி விதை-3 டேபிள் ஸ்பூன்

கடலைபருப்பு -2 டேபிள் ஸ்பூன்

உளுந்தம் பருப்பு-1டேபிள் ஸ்பூன்

மிளகாய்வற்றல்- தேவையான அளவு

வெந்தயம் - சிறிதளவு

தாளிப்பதற்கு:

எண்ணெய்

கடுகு

கறிவேப்பிலை

செய்முறை:

கொண்டைக்கடலையை வேகவைத்துக்கொள்ளவும்.

வெள்ளை பூசணிக்காயை மஞ்சள்பொடி சேர்த்து வேகவைக்கவும்

வறுத்து பொடிக்க கொடுத்த பொருட்களை வறுத்து பொடிக்கவும்.

கடாயில் எண்ணெய் ஊற்றி காய்ந்ததும் கடுகு, கறிவேப்பிலை சேர்க்கவும்.

வேகவைத்த கொண்டைகடலை,, பூசணிக்காய், உப்பு சேர்க்கவும்.

நன்கு கலந்துவிடவும்.

பொடி செய்த மசாலா சேர்க்கவும்.

மேலே தேங்காய் துருவல் சேர்க்கவும்.

ரசம், மோர்குழம்புடன் பரிமாறவும்.

முட்டைகோஸ், பட்டாணி குருமா

(வெங்காயம் பூண்டு தேவை இல்லை)

மிகவும் சுலபமான முறை.

செய்முறை:

இது புதிய பச்சை பட்டாணி கிடைக்கும் காலம் என்பதால் நான் புதிய பச்சை பட்டாணி உபயோகித்திருக்கிறேன்.

முட்டைகோஸ் குருமா செய்முறை:

முட்டைகோஸ்சை பொடியாக நறுக்கவும்.

ஒரு பாத்திரத்தில் தேங்காய் எண்ணெய் ஊற்றி அதில் முட்டை கோஸ் சேர்த்து வேகவைக்கவும்.

அதனுடன் பச்சை பட்டாணி, உப்பு சேர்க்கவும்.

தேங்காய், பொரிகடலை, பச்சைமிளகாய், பட்டை, ஏலக்காய், சோம்பு, கிராம்பு முத்திரி சேர்த்து விழுதாக அரைத்துக் கொள்ளவும்.

இதனை வெந்து கொண்டிருக்கும் முட்டைகோஸ்சுடன் சேர்த்து, பச்சை வாசனை போகும் வரை கொதிக்க வைக்கவும்.

தேவையான அளவு தண்ணீர் சேர்த்து, ஒன்று சேர்ந்து வெந்து வந்தவுடன் இறக்கி வைக்கவும்.

சப்பாத்தி பூரியுடன் ரசித்து சாப்பிடவும்.

மதிய உணவு வரகரிசி சாதம் உடன் மகாராஷ்ட்ரா *Kairichi Amti* இது மாங்காய் உபயோகப்படுத்தி செய்யும் கறி, வீட்டில் தயார் செய்த தயிர் மற்றும் பலா பழ அப்பளம்

கல் சட்டியில் தயாரித்த மாங்காய்கறியை பாருங்கள்.

மகாராஷ்டிரியன Kairichi Amti செய்முறை ஒரு மிகச்சிறந்த கறி.

காய் மாங்காயில் செய்யப்படுவது.

இந்தியாவில் மாங்காயில் செய்யும் உணவுகள் பிரபலமானது.

இதனை உபயோகித்து பல சமையல் செய்யலாம்.

மிகவும் சுவையான உணவாக இருக்கும்.

தேவையான பொருட்கள்:

புதிய தேங்காய் மசாலா செய்முறை:

புதிய தேங்காய் துருவல் - 1/2 கப்

மிளகாய் வற்றல்-2

சீரகம்- 1 டீ ஸ்பூன்

கொத்தமல்லி விதை-1 டீ ஸ்பூன்

வெந்தயம் 1/2 டீ ஸ்பூன்

இஞ்சி - 1 அங்குல துண்டு

மேலே குறிப்பிட்ட பொருட்களை விழுதாக அரைத்துக் கொள்ளவும்.

எண்ணெய் - 1 டேபிள் ஸ்பூன்

கடுகு - 1/2 டீ ஸ்பூன்

கறிவேப்பிலை - சிறிதளவு

மஞ்சள்பொடி - 1/2 டீ ஸ்பூன்

மாங்காய் - 1 தோல்சீவி சதுரத்துண்டுகளாக வெட்டிக் கொள்ளவும்.

வெல்லம் - 1 டீ ஸ்பூன்

செய்முறை:

தேங்காய் மசாலாவை அரைத்து தனியே வைக்கவும்.

Kairichi Amti செய்வதற்கு

ஒரு பாத்திரத்தில் எண்ணெய் ஊற்றி சூடானதும், அதில் கடுகை சேர்த்து வெடிக்கவிடவும்.

பிறகு கறிவேப்பிலை நறுக்கிய மாங்காய் சிறிதளவு உப்பு சேர்த்து நன்றாக கலந்துவிடவும்.

1/4 கப் தண்ணீர் ஊற்றி மூடி வேகவைக்கவும்.

மாங்காய் இந்த தண்ணீரில் வெந்த உடன் மெதுவாகிவிடும்.

மாங்காய் வெந்த உடன் தேங்காய் அரைத்த விழுது சேர்த்து, அடுப்பை குறைந்த தணலில் வைக்கவும்.

தேங்காய் மசாலாவுடன் மாங்காய் சேர்ந்து வெந்து வந்ததும் இறக்கி வைக்கவும்.

மகாராஷ்ட்ரியன் kairichi Amti தயார்.

இதனை வேக வைத்த அரிசி சாதம் அல்லது சிறுதானிய சாதத்துடன் ரசித்து சாப்பிடவும்.

மிளகு குழம்பு

தேவையான பொருட்கள்:

புளி - 1 பெரிய எலுமிச்சை அளவு (1 கப் தண்ணீரில் ஊறவைத்து வடிகட்டி வைக்கவும்

வெல்லம் - 1 டீஸ்பூன்

மஞ்சள்பொடி - சிறிதளவு

உப்பு

நல்லெண்ணெய்

வறுத்து பொடிக்க:

கொத்தமல்லி விதை - 2 டீ ஸ்பூன்

உளுந்தம்பருப்பு - 2 டீஸ்பூன்

கடலை பருப்பு - 2 டீ ஸ்பூன்

மிளகு - 1 1/2 - டீ ஸ்பூன்

மிளகாய் வற்றல்-தேவையான அளவு

பெருங்காயம் - 1 சிட்டிகை

கறிவேப்பிலை - சிறிதளவு

செய்முறை:

அடிகனமான பாத்திரத்தில் எண்ணெய் ஊற்றி காய்ந்ததும் தாளிக்க கொடுத்த பொருட்களை சேர்க்கவும்.

கடுகு வெடித்ததும் புளி சாறு, மஞ்சள், உப்பு சேர்த்து பச்சை வாசனை போகும் வரை கொதிக்க விடவும்.

பிறகு மசாலா பொடி சேர்க்கவும்.

வெல்லம் சேர்த்து 7 நிமிடம் கொதிக்க விடவும்.

குழம்பு கொதித்து எண்ணெய் பிரிந்து வந்ததும் கீழே இறக்கி வைக்கவும்.

சிறுதானிய சாதத்துடன் பரிமாறவும்.

நான் வரகு அரசி சாதம், வாழைப்பூ பருப்பு உசிலியுடன் பரிமாறினேன்.

இதனை குளிர்சாதன பெட்டில் 2 வாரம் வைத்திருந்து கூட உபயோகப் படுத்தலாம்.

மிளகை கருப்பு தங்கம் என்று சொல்வார்கள்.

கர்நாடகா பாரம்பரிய வெண்டைக்காய் கறி, நெய் ஊற்றிய குதிரைவாலி சாதம், தயிர், வீட்டில் தயாரித்த கேழ்வரகு கூழ் வடகம்.

வெண்டைக்காய் கறி செய்முறை:

வெண்டைக்காயை கழுவி துடைத்து, வெட்டி வறுத்துக் கொள்ளவும்.

வெறும் வாணலியில் சிகப்பு வத்தல், வெந்தயம், கொத்தமல்லி விதை ஆகியவற்றை மணம் வரும் வரை வறுக்கவும். இதனை தேங்காய், புளி, வெல்லம், மஞ்சள் பொடி உப்புடன் அரைத்துக் கொள்ளவும்.

அடிகனமான பாத்திரத்தில் தேங்காய் எண்ணெய் ஊற்றவும்.

சூடான பிறகு கடுகு, வத்தல் கறிவேப்பிலை சேர்த்து வதக்கவும்.

பிறகு அரைத்த மசாலா சேர்க்கவும்.

தேவையான அளவு தண்ணீர் சேர்த்து கொதிக்க விடவும்.

கொதித்த பிறகு வறுத்த வெண்டைக் காய்களை சேர்க்கவும்.

குழம்பு பதத்தில் இறக்கி வைக்கவும்.

சிறுதானிய சாதத்துடன் பரிமாறவும்.

Millets Types and Name in Different Languages

English	Pearl Millet	Finger Millet	Foxtail Millet	Kodo Millet	Little Millet	Barnyard Millet	Sorghum
Hindi	Bajra	Nachani, Mundua, Mandika, Marwah	Kangni, Kakum, Rala	Koden, Kodra	Kutki, Shavan	Jhangora, Sanwa	Jowar
Tamil	Kambu	Kezhvaragu, Kelvaragu, Keppai, Ragi	Thinai	Varagu	Saamai	Kuthiravali (Kuthiraivolly)	Cholam
Telugu	Sajjalu	Ragula, Ragi Chodi	Korra	Arikelu, Arika	Sama, Samalu	Udalu, Kodisama	Jonna
Kannada	Sajje	Ragi	Navane	Harka	Saame, Save	Oodalu	Jola
Malayalam	Kambam	Panji Pullu	Thina	Koovaragu	Chama	Kavadapullu	Cholam
Marathi	Bajri	Nagli, Nachni	Kang, Rala	Kodra	Sava, Halvi, Vari	-	Jowari, Jondhala
Punjabi	Bajra	Mandhuka, Mandhal	Kangni	Kodra	Swank	Swank	Jowar
Gujarati	Bajri	Nagli, Bavto	Kang	Kodra	Gajro, Kuri	-	Jowari, Juar
Bengali	Bajra	Marwa	Kaon	Kodo	Sama	Shyama	Jowar
Oriya	Bajra	Mandia	Kanghu, Kangam, Kora	Kodua	Suan	Khira	Juara

www.ingramcontent.com/pod-product-compliance
Lightning Source LLC
LaVergne TN
LVHW070151230826
846093LV00002B/9

* 9 7 9 8 8 9 0 2 6 8 7 3 0 *